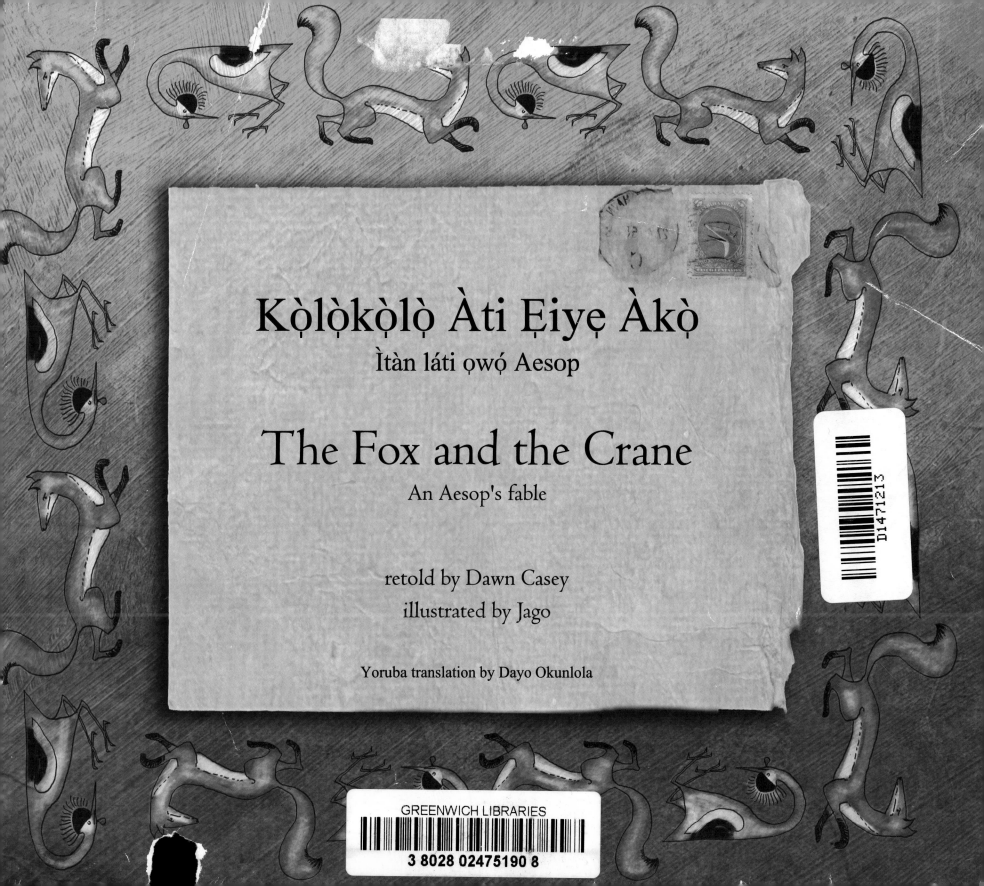

Kòlòkòlò Àti Ẹiyẹ Àkọ

Ìtàn láti ọwọ́ Aesop

The Fox and the Crane

An Aesop's fable

retold by Dawn Casey

illustrated by Jago

Yoruba translation by Dayo Okunlola

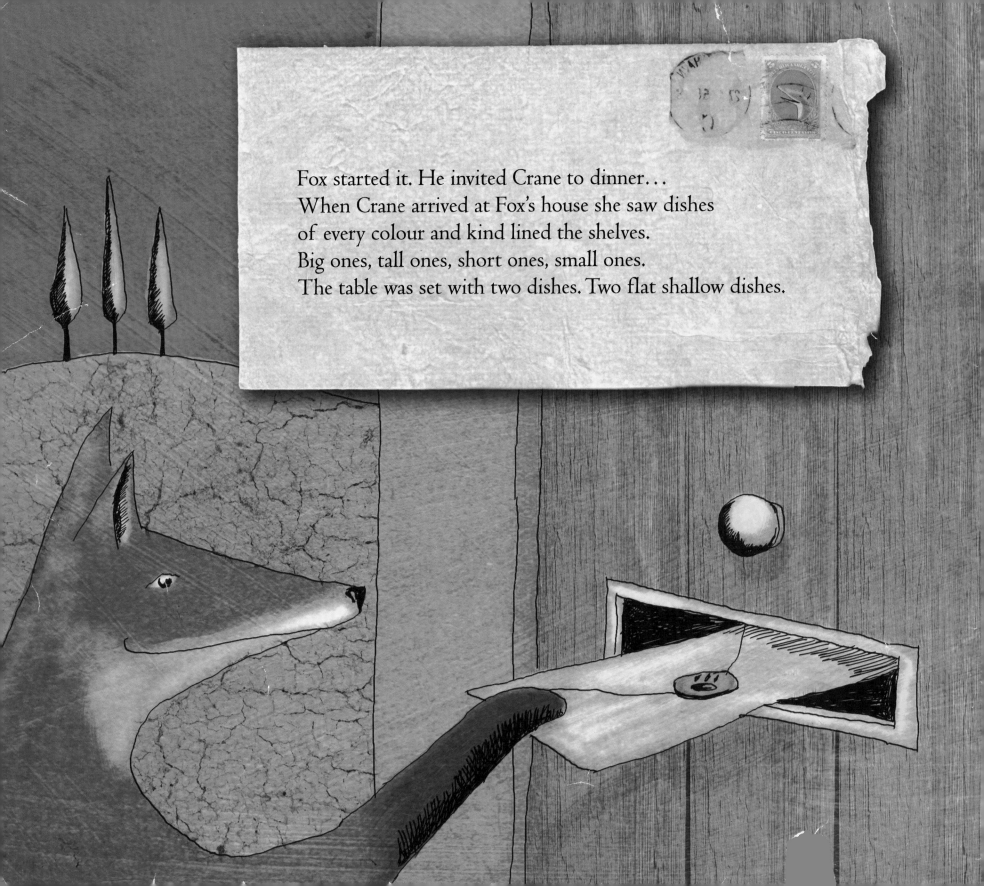

Fox started it. He invited Crane to dinner...
When Crane arrived at Fox's house she saw dishes
of every colour and kind lined the shelves.
Big ones, tall ones, short ones, small ones.
The table was set with two dishes. Two flat shallow dishes.

Kòlòkòlò lo bèrè rè. O ṣe Ẹiyẹ Àkò l'àlejò, kí ó wa jẹun alé...
Nigbati Ẹiyẹ Àkò dé ilé Kòlòkòlò o ri wípé níṣe ni gbogbo pẹpẹ
kún fún àwọn àwo orísirísi. Àwo orísirísi àwò, àwo n'lanla,
àwo kékeré, àwo ràbàtà, àwo tinriń.
Àwo méjì ni wón gbe sílè fún onjẹ. Àwo pẹlẹbẹ méjì tí kò jinlẹ̀ rárá.

Ẹiyẹ Àkò sọ jẹ sọ jẹ pẹ̀lu agógó tinrín rẹ̀ ṣùgbọ́n bí ó ti
wu kó gbìyanjú tó, kò ri ẹ̀kán ọbẹ̀ ẹyọ kan mú jẹ.

Crane pecked and she picked with her long thin beak. But no matter
how hard she tried she could not get even a sip of the soup.

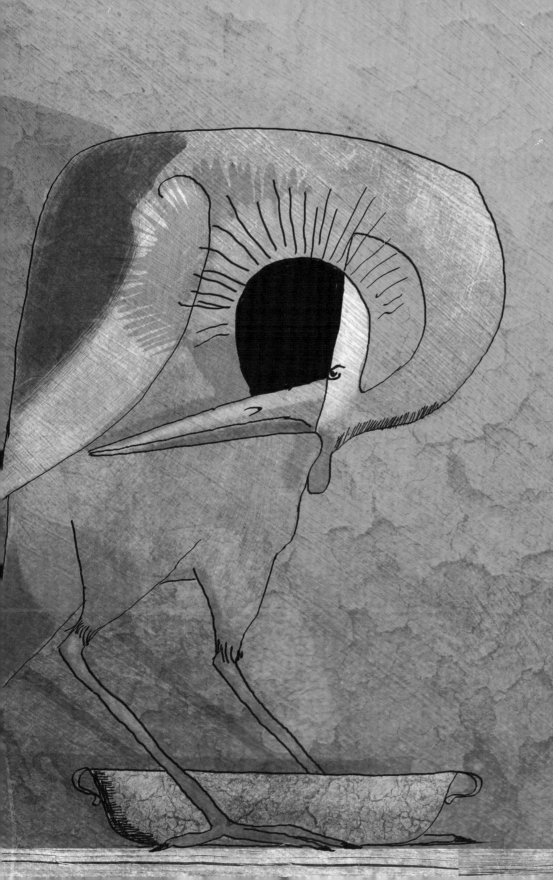

Kòlòkòlò nwo bi Ẹiyẹ Àkò ṣe n'gbìyanjú s'ofó, on fi se yeye. Ó gbé àwó tirẹ̀ sí ẹnu, ó mu gbogbo ọbẹ̀ tán pẹ̀lú ìgbádùn, ó pán àwó lá. Ó ní, "Ah, ó mà dùn O!" Ó fi ọwọ́ nu ẹnu, ó pán ẹnụ lá. O'nfi Ẹiyẹ Àkò ṣe àwàdà. "Ẹhn, Àkò, o tilẹ̀ mu ọbẹ̀ rárá. Pẹ̀lẹ́. Ó má ṣe Ó. Mi ò mọ pé o fẹ́ràn ọbẹ̀ yí." On fojú pamọ́, on gbìyanjú lati má rẹ́rin, fọnmu bí ẹsin.

Fox watched Crane struggling and sniggered. He lifted his own soup to his lips, and with a SIP, SLOP, SLURP he lapped it all up. "Ahhhh, delicious!" he scoffed, wiping his whiskers with the back of his paw. "Oh Crane, you haven't touched your soup," said Fox with a smirk. "I AM sorry you didn't like it," he added, trying not to snort with laughter.

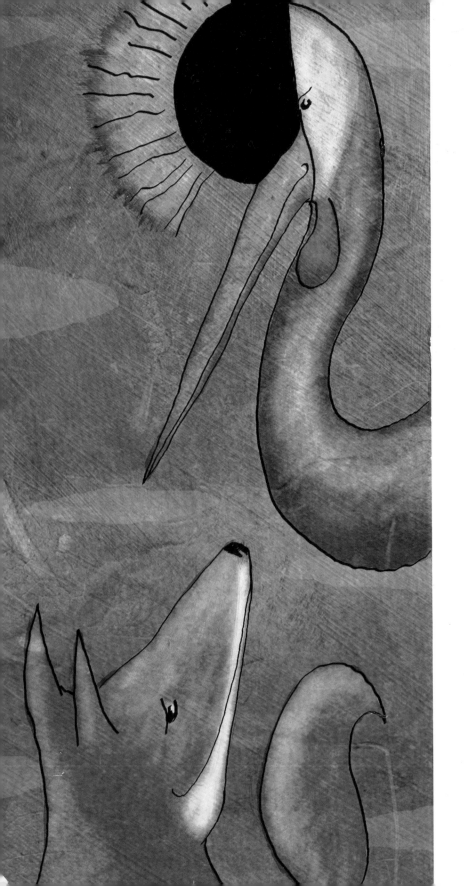

Ẹiyẹ Àkò ò tílẹ̀ da lóhùn. Ó wo àwó ọbẹ̀, ó wo Kòlòkòlò, ó rẹ́rin músẹ́.
Ó ní, "Ọ̀rẹ́ mi Kòlòkòlò, Mo dúpẹ́ ore rẹ. Ó tó kí emí na gbà ọ́ lalẹ́jo ní ilé mí."

Nígbàtí Kòlòkòlò dé ilé Ẹiyẹ Àkò, orùn ọbẹ̀ dídùn ta fíri fíri gba fèrèsé tí wọ́n ṣí sílẹ̀ jáde. Kòlòkòlò fi imù fà orun ọbẹ̀ dídùn, ẹnu rẹ̀ n'ṣomi inú rẹ̀ n'ró kùkù, on'pán ẹnu lá.

Crane said nothing. She looked at the meal. She looked at the dish. She looked at Fox, and smiled.
"Dear Fox, thank you for your kindness," said Crane politely. "Please let me repay you – come to dinner at my house."

When Fox arrived the window was open. A delicious smell drifted out. Fox lifted his snout and sniffed. His mouth watered. His stomach rumbled. He licked his lips.

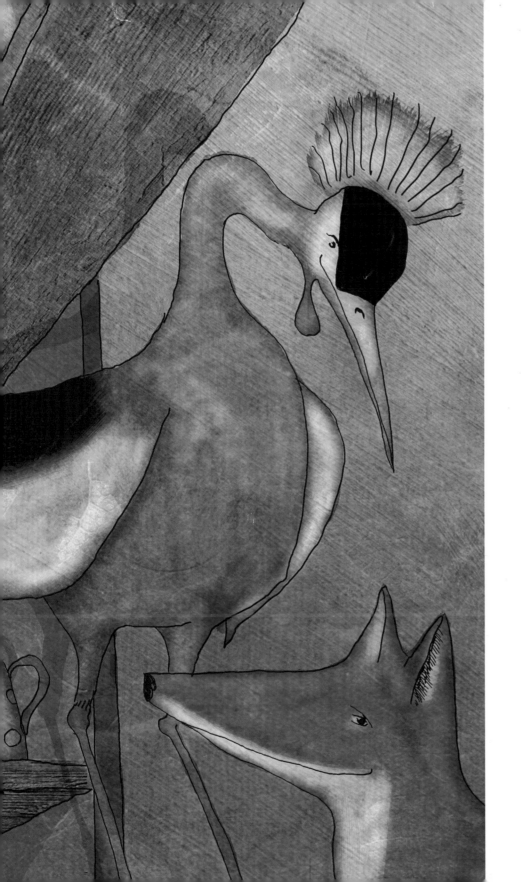

Ẹiyẹ Àkọ̀ fi ayọ̀ gba Kọ̀lọ̀kọ̀lọ̀.
Ó ní, "Kọ̀lọ̀kọ̀lọ̀, ọ̀rẹ́ mí, Kabọ̀!"
Kọ̀lọ̀kọ̀lọ̀ kò tilẹ̀ ki. Ó ti Ẹiyẹ Àkọ̀
s'ẹ̀gbẹ́, ó sáré w'ọlé. Ó rí orísirísi
àwo lóri pẹpẹ. Àwo pupa, àwo
roro bí osùn, àwo tí óti pé nílé,
àwo titun.
Àwo méjì péré tí wọ́n gbé kalẹ̀ ni ó
ní onjẹ nínú. Àwo toro, gàgàrà méjì.

"My dear Fox, do come in," said Crane,
extending her wing graciously.
Fox pushed past. He saw dishes of
every colour and kind lined the shelves.
Red ones, blue ones, old ones, new ones.
The table was set with two dishes.
Two tall narrow dishes.

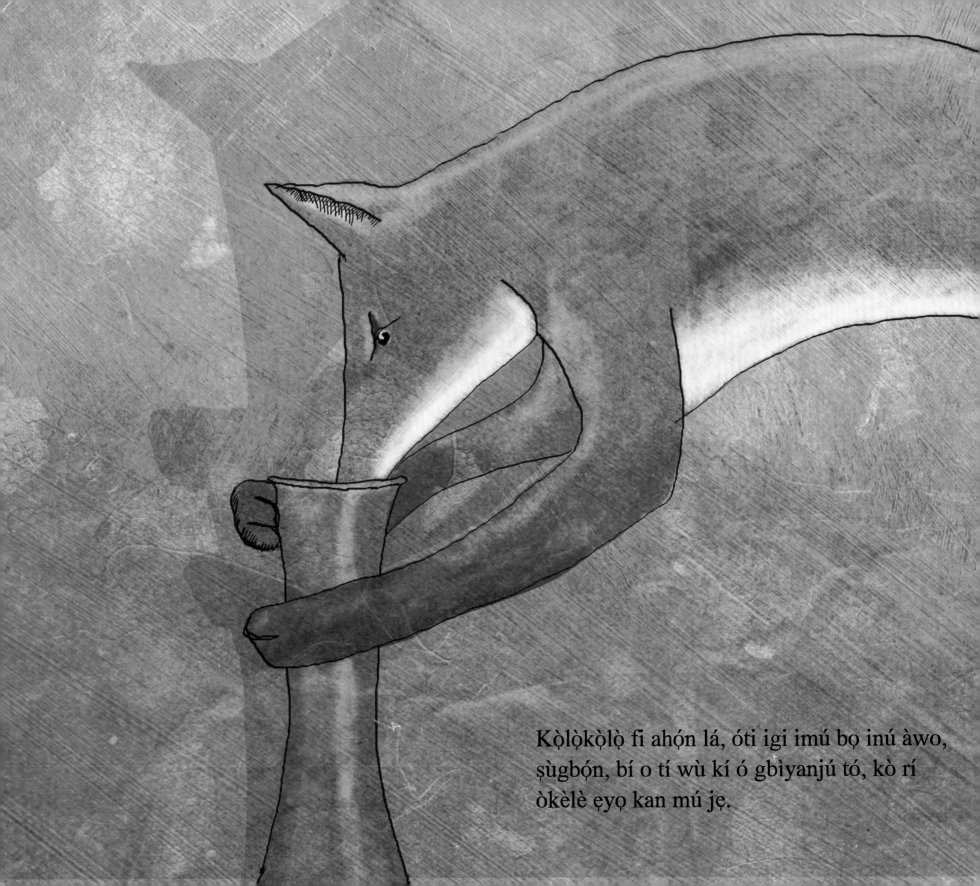

Kòlòkòlò fi ahón lá, óti igi imú bọ inú àwo, ṣùgbón, bí o tí wù kí ó gbìyanjú tó, kò rí òkèlè ẹyọ kan mú jẹ.

Fox licked and he lapped with his short little snout.
But no matter how hard he tried he could not
get even a mouthful of the meal.

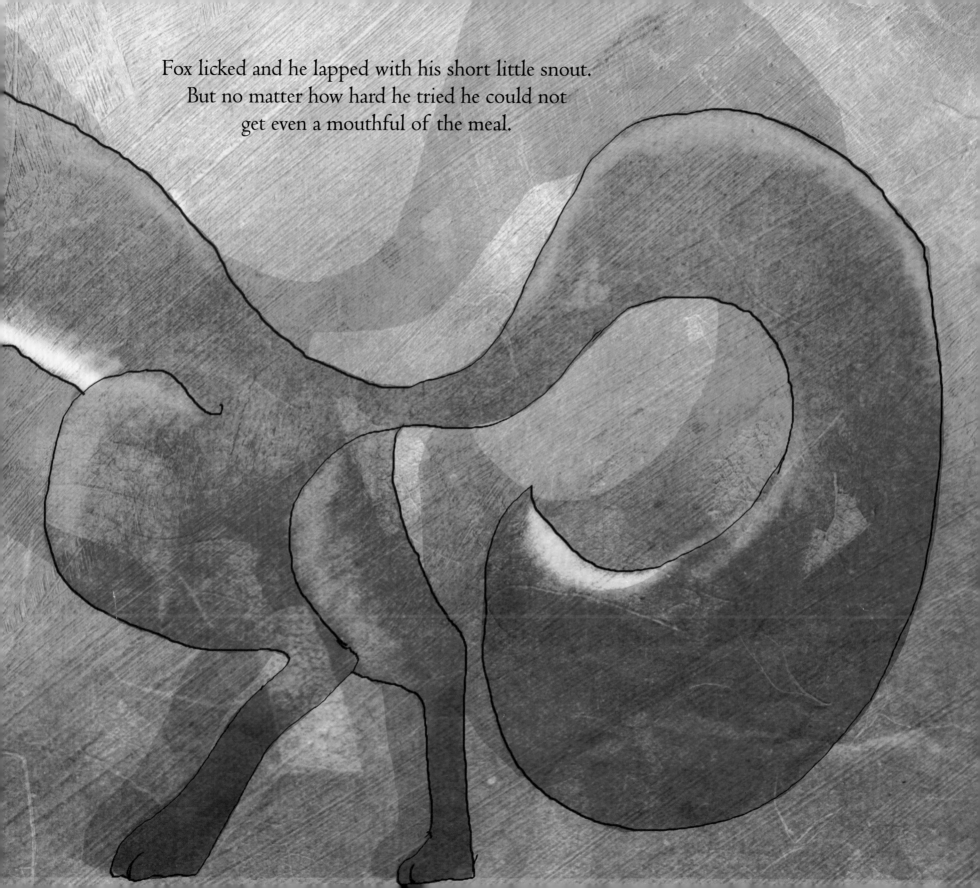

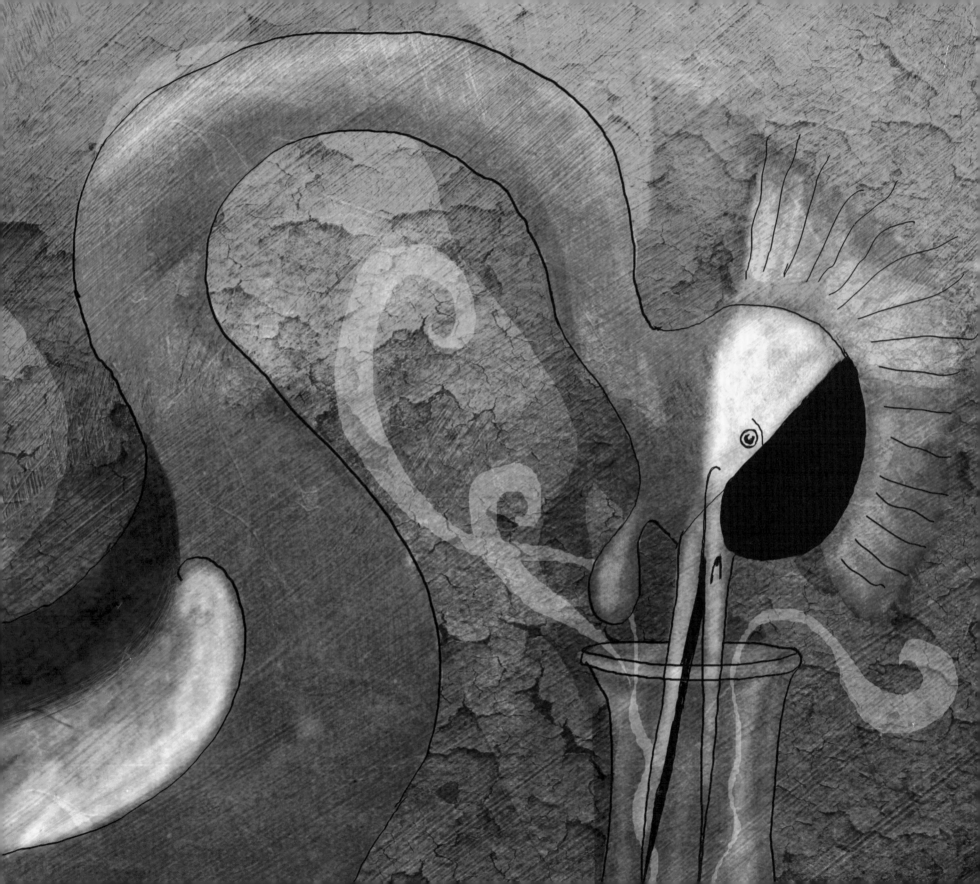

Ẹiyẹ Àkọ̀ fi ara balẹ́ jẹ́ onje tirẹ̀. Ó'ngbádùn òkèlè lórí òkèlè.
Ó ní, "Kọ̀lọ̀kọ̀lọ̀, ó kú ìdìde. Inú mi dùn wípé è mí na le ṣé ọ́
ní aléjò."

Inú Kọ̀lọ̀kọ̀lọ̀ tú pupu, ó kùn sínu.
Ó padà dé ìlé pẹ̀lú ebi nínú.

Crane ate her meal very slowly, savouring every mouthful.
"Dear Fox, thank you so much for coming," she smiled,
"it has been a pleasure to repay your kindness."

Fox's tummy gurgled and grumbled.
And when he went home, he was still hungry.

The Fox and the Crane

Writing Activity:
Read the story. Explain that we can write our own fable by changing the characters.

Discuss the different animals you could use, bearing in mind what different kinds of dishes they would need! For example, instead of the fox and the crane you could have a tiny mouse and a tall giraffe.

Write an example together as a class, then give the children the opportunity to write their own. Children who need support could be provided with a writing frame.

Art Activity:
Dishes of every colour and kind! Create them from clay, salt dough, play dough… Make them, paint them, decorate them…

Maths Activity:
Provide a variety of vessels: bowls, jugs, vases, mugs… Children can use these to investigate capacity:

Compare the containers and order them from smallest to largest.

Estimate the capacity of each container.

Young children can use non-standard measures e.g. 'about 3 beakers full'.

Check estimates by filling the container with coloured liquid ('soup') or dry lentils.

Older children can use standard measures such as a litre jug, and measure using litres and millilitres. How near were the estimates?

Label each vessel with its capacity.

The King of the Forest

Writing Activity:
Children can write their own fables by changing the setting of this story. Think about what kinds of animals you would find in a different setting. For example how about 'The King of the Arctic' starring an arctic fox and a polar bear!

Storytelling Activity:
Draw a long path down a roll of paper showing the route Fox took through the forest. The children can add their own details, drawing in the various scenes and re-telling the story orally with model animals.

If you are feeling ambitious you could chalk the path onto the playground so that children can act out the story using appropriate noises and movements! (They could even make masks to wear, decorated with feathers, woollen fur, sequin scales etc.)

Music Activity:
Children choose a forest animal. Then select an instrument that will make a sound that matches the way their animal looks and moves. Encourage children to think about musical features such as volume, pitch and rhythm. For example a loud, low, plodding rhythm played on a drum could represent an elephant.

Children perform their animal sounds. Can the class guess the animal?

Children can play their pieces in groups, to create a forest soundscape.

Ọba Gbogbo Ẹgàn

Ìtàn láti ilẹ̀ China

The King of the Forest

A Chinese Fable

retold by Dawn Casey

illustrated by Jago

Yoruba translation by Dayo Okunlola

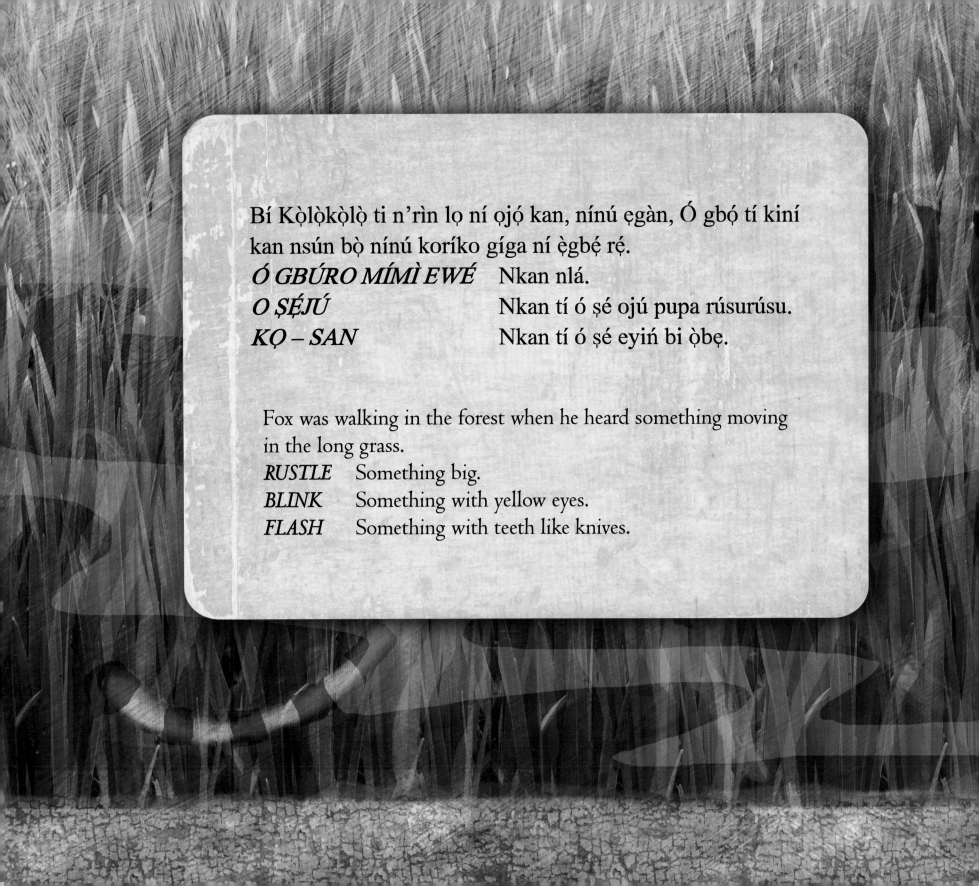

Bí Kòlòkòlò ti n'rìn lọ ní ojọ́ kan, nínú ẹgàn, Ó gbọ́ tí kiní kan nsún bọ̀ nínú koríko gíga ní ẹ̀gbẹ́ rẹ̀.

Ó GBÚRO MÍMÌ EWẸ́   Nkan nlá.

O ṢẸ́JÚ   Nkan tí ó ṣé ojú pupa rúsurúsu.

KỌ – SAN   Nkan tí ó ṣé eyín bi òbẹ.

Fox was walking in the forest when he heard something moving in the long grass.

RUSTLE   Something big.

BLINK   Something with yellow eyes.

FLASH   Something with teeth like knives.

"Karò O! kòlòkòlò kékeré," Ẹkùn rẹ́rin ẹgàn, Ó ṣe ẹnu kìkì eyín.

Kòlòkòlò sọpàkà – gbé itọ́ mì.

Ẹkùn kùn bi ológìní, ó ní, "Inú mí dùn láti rí ọ. Níṣe ní ebi ṣẹ̀ṣẹ̀ bẹ̀rẹ̀ sí npamí."

Kòlòkòlò ronú kiá kiá, ó ní, "O tó bẹ! Ṣé o mò wípé èmi ni ọba gbogbo ẹranko inú ẹgàn?"

Ẹkùn bú ramùramù, ó ní, "Ọba gbogbo ẹranko inú ẹgàn. Ìwọ kẹ̀?"

Kòlòkòlò da lóhùn bí ọlọ́lá, ó ní, "Tí o ba gbà mí gbọ́ ṣá tẹ̀lé mí lẹhìn kí ó ma wòran. Níṣe ní wa ri wípé gbogbo ẹranko inú ẹgàn ló bẹ̀rù mi."

Ẹkùn ní, "Mo gbọdọ̀ fi ojú ara mí ri eléyi."

Ó na ìrù sókè gbain gbain, ó fi ìgberaga tẹ̀lé Kòlòkòlò, wọ́n nrìn lọ títí…

"Good morning little fox," Tiger grinned, and his mouth was nothing but teeth.

Fox gulped.

"I am pleased to meet you," Tiger purred. "I was just beginning to feel hungry."

Fox thought fast. "How dare you!" he said. "Don't you know I'm the King of the Forest?"

"You! King of the Forest?" said Tiger, and he roared with laughter.

"If you don't believe me," replied Fox with dignity, "walk behind me and you'll see – everyone is scared of me."

"This I've got to see," said Tiger.

So Fox strolled through the forest. Tiger followed behind proudly, with his tail held high, until…

HÍHAN!
Àṣá oní agógó ńlá! Ṣùgbọ́n, gbàrà tí àṣá rí Ẹkùn ní
ẹ̀hin Kòlòkòlò, kiá kiá ní ó fò padà sí orí igi gíga,
Kòlòkòlò ní, "Ṣé o ríran? Gbogbo ẹranko inú ẹgàn
ló bẹ̀rù mi!"
Ẹkùn mi orí, óní, "Èyí ò ṣe gbàgbọ́!"
Kòlòkòlò nàga ẹsẹ̀ rìn lọ, Ẹkùn tẹ̀lẹ pẹ̀lẹ́ pẹ̀lẹ́,
irù rẹ̀ sì rẹ̀ sílẹ̀ díẹ. Wọn nlọ títí…

SQUAWK!
A huge hook-beaked hawk! But the hawk took
one look at Tiger and flapped into the trees.
"See?" said Fox. "Everyone is scared of me!"
"Unbelievable!" said Tiger.
        Fox strode on through the forest.
                Tiger followed behind lightly,
                with his tail drooping slightly,
                until…

IGBE RAMÙRAMÙ!

Bèárì dúdú! Ṣùgbón, gbàrà tí Bèárì rí Ẹkùn ní ẹ̀hìn Kòlòkòlò,
kiá kiá ní ó bẹ́ padà sí inú igbó.

Kòlòkòlò ní, "Ṣé ó ríran? Gbogbo ẹranko inú ẹgàn ló bẹ̀rù mi!"

Ẹkùn ní, "Èyí ò ṣe gbàgbó!"

Kòlòkòlò n'kilẹ̀ lọ, Ẹkùn tẹ̀le tirẹ̀le – tirẹ̀lẹ, ó nfi ìrù wólẹ̀.

Wọ́n lọ, títí…

GROWL!

A big black bear! But the bear took one look
at Tiger and crashed into the bushes.

"See?" said Fox. "Everyone is scared of me!"

"Incredible!" said Tiger.

Fox marched on through the forest. Tiger
followed behind meekly, with his tail
dragging on the forest floor, until…

EJÒ!
Ṣùgbọ́n, gbàrà tí ejò rí Ẹkùn ní ẹ̀hin Kòlòkòlò,
kiá kiá ní ó wọ́ padà sí inú igbó.
Kòlòkòlò ní, "ṢÉ Ó RÍRAN? GBOGBO
ẸRANKO INÚ ẸGÀN LÓ BẸ̀RÙ MI!"

HISSSSSSS!
A slinky slidey snake! But the snake took one look
at Tiger and slithered into the undergrowth.
"SEE?" said Fox. "EVERYONE IS SCARED
OF ME!"

Ẹkùn ní, "Mo tí fi ojú ara mi ri. Ìwọ ni ọba gbogbo ẹranko inú ẹgàn
ní òtítọ́. Ìránṣẹ rẹ sì ní èmi jẹ."
Kòlòkòlò dáhùn, ó ní, "Ó dára. Gbé ara rẹ kúrò níwájú mi kiá kiá!"

Ẹkùn ki ìru rẹ̀ sí arín ẹsẹ̀, ó fi eré ge.

"I do see," said Tiger, "you are the King of the Forest and I am your humble servant."
"Good," said Fox. "Then, be gone!"

And Tiger went, with his tail between his legs.

Kòlòkòlò rẹrin wẹ́rẹ́ sí ara rẹ̀, ó ní, "Ọba gbogbo ẹranko inú ẹgàn."
Ó bú sẹ̀rín ńlá, o rẹ́rìn ẹgàn títí tí ó fi dé ilé.

"King of the Forest," said Fox to himself with a smile. His smile grew into a grin, and his grin grew into a giggle, and Fox laughed out loud all the way home.

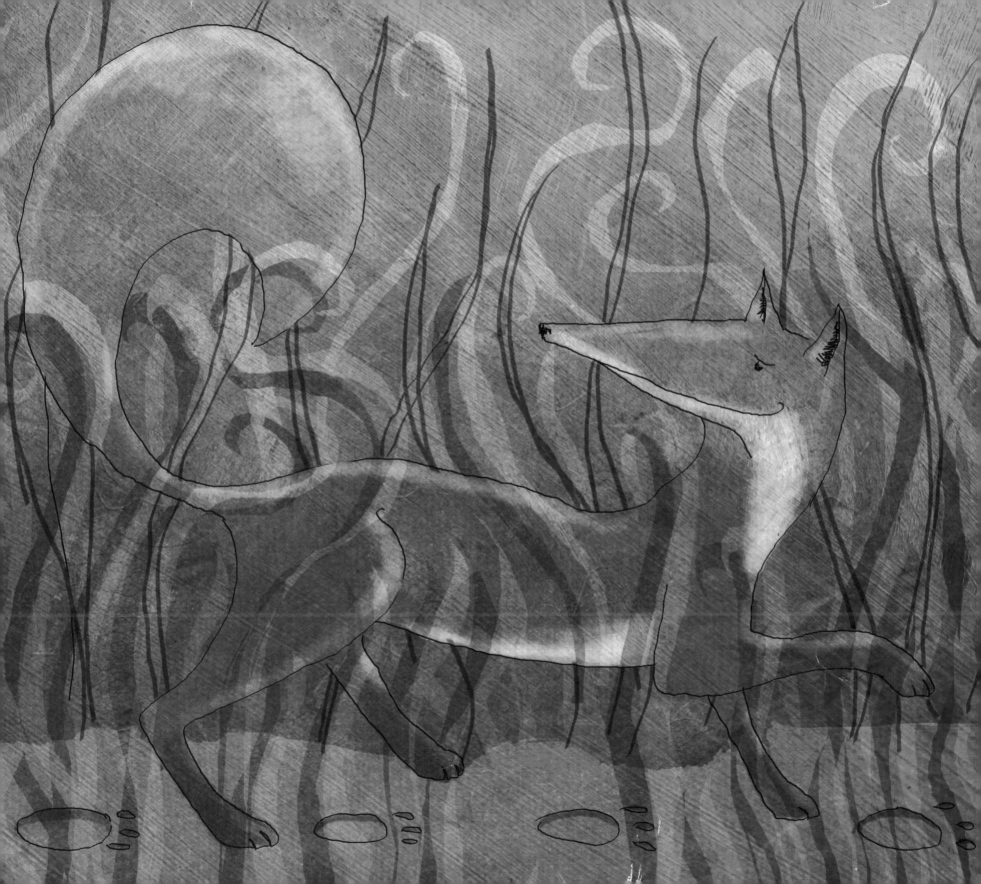

To my Nana, with love ~ DC

For my wife, Alex ~ J

First published in 2006 by Mantra Lingua Ltd
Global House, 303 Ballards Lane
London N12 8NP
www.mantralingua.com

Text copyright © 2006 Dawn Casey
Illustration copyright © 2006 Jago
Dual language copyright © 2006 Mantra Lingua Ltd
This edition 2012

A CIP record for this book is available from the British Library